GUSTO KONG PANATILIHING MALINIS ANG AKING KUWARTO

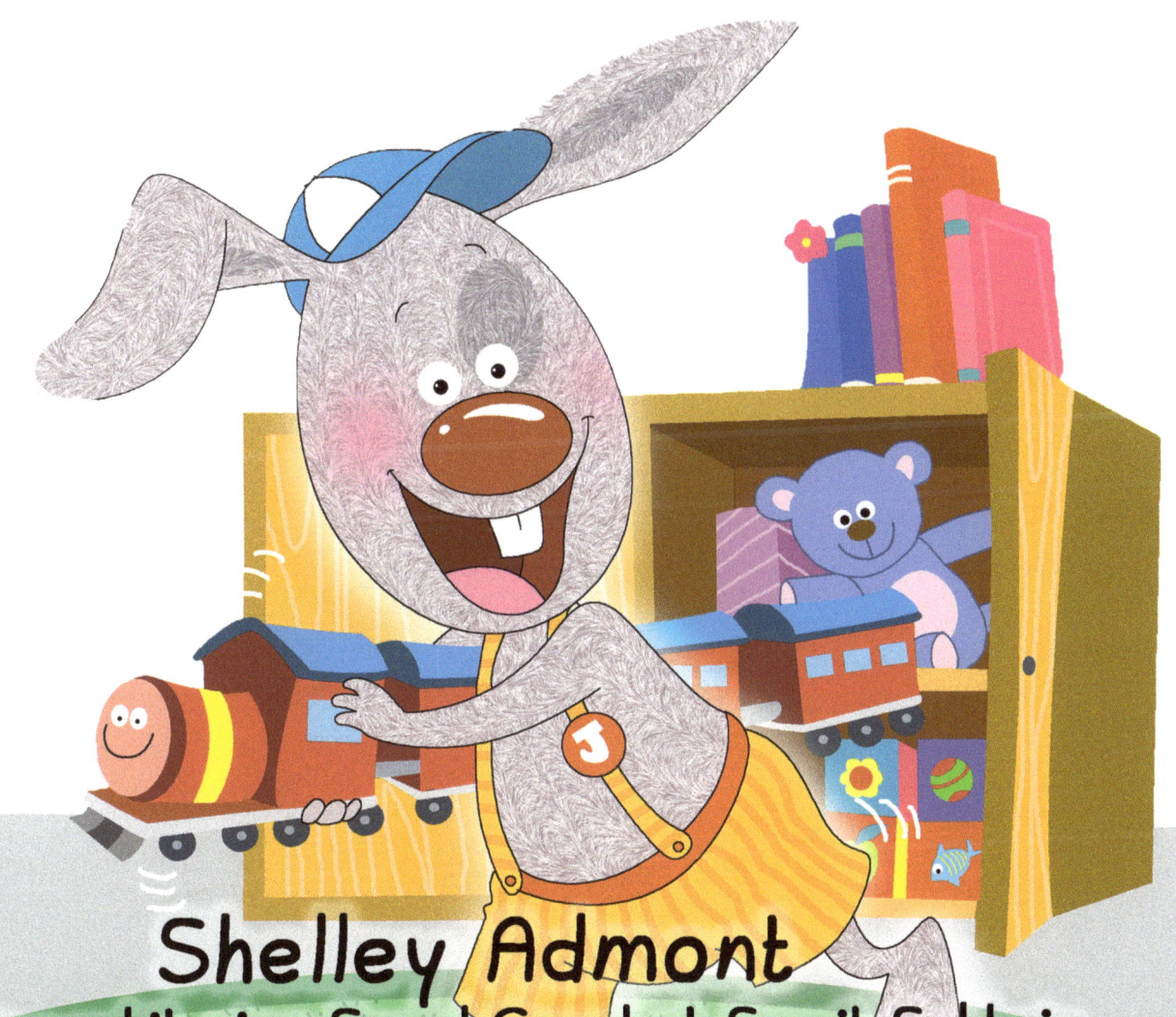

Shelley Admont
Sa Pagguhit nina Sonal Goyal at Sumit Sakhuja

Copyright©2014 by S. A. Publishing
www.sachildrensbooks.com

All rights reserved. No part of this book may be reproduced in any form or by any electronic or mechanical means, including information storage and retrieval systems, without written permission from the publisher or author, except in the case of a reviewer, who may quote brief passages embodied in critical articles or in a review.

Translated from English by Ma Aurora Sicat
Isinalin mula sa Ingles ni Ma. Aurora L. Sicat
Edited by Melissa San Pedro
First edition, 2016

I Love to Keep My Room Clean (Tagalog Edition)/ Shelley Admont
ISBN: 978-1-77268-295-3 paperback
ISBN: 978-1-77268-452-0 hardcover

Although the author and the publisher have made every effort to ensure the accuracy and completeness of information contained in this book, we assume no responsibility for errors, inaccuracies, omission, inconsistency, or consequences from such information.

Para sa mga pinakamamahal ko-S.A.

Isang sabado ng umaga, sa isang malayong kagubatan, kagigising lang ng tatlong kuneho nang pumasok ang kanilang nanay.

"Magandang umaga, mga bata," bati ni Nanay. "Narinig ko ang kaluskos ninyo dito."

"Sabado ngayon, maaari kaming matulog nang anumang oras," ngiti ng pangalawang kuya.

Pagtayo ninyo mula sa higaan at pagkatapos ninyong magsipilyo, kakain kayo ng almusal," dagdag ni Nanay. "Pagkaraan, maaari na kayong magbasa ng libro o maglaro ng inyong laruan," pagpapatuloy ni Nanay. "O maaari kayong lumabas para magbisikleta."

"Yehey!" Nagtatalon-talon nang masigla sa kanilang higaan ang magkakapatid na kuneho.

"Subalit…" paalala ni Nanay, "dapat ninyong linisin ang inyong kuwarto."

"Pagbalik ko, gusto kong makitang malinis at maayos ang bahay gaya nang iniwan ko. Magagawa ba ninyo ito?"

"Oo naman, Nanay," pagmamalaki ng panganay na kapatid. "Malalaki na kami at maasahan ninyo kami."

Pagkaraan nilang magsipilyo ng ngipin, naghanda si Tatay ng masarap na almusal at mas masarap pa na panghimagas. Nagsimula na ang kasiyahan!

Nagsimulang buuin ng mga kuneho ang puzzle. Pagkaraan, ipinagpatong-patong nila ang kanilang mga blokeng yari sa kahoy. Sumunod, binuhay nila ang tren at sabay-sabay nilang pinaandar sa riles na laruan.

"Itong tren sa riles ang aking paborito," sabi ni Jimmy habang binubuksan niya ang pihitan.

"Ito ang pinakamagandang regalo na natanggap ko noong huling kaarawan ko."

Pagkaraang maglaro sa loob ng bahay ng ilang oras, nainip ang mga kuneho.

"Maglaro tayo sa labas!" mungkahi ng pangalawang kuya, habang sumisilip sa labas ng bintana.

"Tama! Pero kailangan muna nating magligpit dito," sabi ng panganay na kapatid.

"Naku, mayroon pa tayong oras bago bumalik si Nanay," sabi ni Jimmy, "puwede tayong maglinis mamaya." Sumang-ayon ang dalawang nakatatandang kapatid at sabay silang lumabas ng bahay.

Sa labas, nalibang ang tatlong magkakapatid na kuneho sa maaraw na panahon. Nagbisikleta sila at naglaro ng taguan. Pagkatapos pinagpasyahan nilang maglaro ng basketball.

"Kailangan natin ang ating basketball," sabi ng panganay na kapatid. "Subalit hindi ko matandaan kung saan natin ito huling inilagay."

"Palagay ko nasa ilalim ng aking kama," sabi ni Jimmy. "Titingnan ko." Pumasok siya sa loob ng bahay, umaasang makikita niya ang bola.

Nang binuksan niya ang pintuan ng kanilang kuwarto, laking gulat niya nang makitang nagkalat ang piraso ng puzzle, blokeng yari sa kahoy, mga trak at iba pang laruan na nakakalat sa sahig.

Masyadong maraming laruan ang nagkalat sa sahig, naisip ni Jimmy habang papunta siya sa kanyang kama.

Natapilok siya at nawalan ng balanse. Sinubukan niyang tumindig subalit nadaganan niya ang paborito niyang tren.

"Aray!" sigaw niya habang pinapanood ang gulong ng tren na magkawatak-watak. "Hindi! Ang aking tren!" biglang napaiyak si Jimmy.

"Okay ka lang ba, anak?" Nakatayo si Tatay sa pintuan. Hindi siya magkasya sa kuwarto dahil sa dami ng kalat.

"Okay lang ako. Pero ang aking tren …" iyak ni Jimmy, habang tinuturo ang nasirang gulong ng kanyang tren.

"Ni hindi ko makita ang tren," sabi ni Tatay. "Ano ba talaga ang nangyari sa kuwartong ito?"

"Jimmy, bakit ang tagal mo?" Nabosesan niya ang kanyang mga kapatid habang humahangos sila sa bahay.

"Nasira ang aking tren!" Hindi pa rin tumitigil sa pag-iyak si Jimmy.

"Huwag ka nang umiyak, Jimmy," panghihinahon ng panganay na kapatid niya. "Mag-iisip tayo ng paraan. Tatay?"

"Baka maayos ko pa ito," boluntaryo ni Tatay. "Subalit kailangan ninyong linisin ito. Dalhin mo sa akin ang tren at ang mga gulong nito pag nahanap mo." Pagkaraan, lumabas ng kuwarto si Tatay.

"Kailangan nating magmadali bago bumalik si Nanay," paalala ng panganay na kapatid.

"Pero nakakatamad maglinis," buntong-hininga ni Jimmy habang tinitingnan ang kalat sa kuwarto.

"Edi maglaro tayo habang naglilinis," suhestiyon ng kanyang pangalawang kuya.

Natuwa si Jimmy. "May paparating na bagyo!" sigaw niya. "Kailangan nating ibalik ang lahat ng laruan sa kanilang kinalalagyan."

"Mga superhero tayo," sigaw ng pangalawa niyang kuya. Pinulot niya ang mga laruan sa sahig at ibinalik sa pinagkuhanan.

Habang nalilibang sa kanilang ginagawa, naayos at nalinis ng magkakapatid ang lahat ng kalat.

"Nandito na ang lahat ng gulong," hiyaw ni Jimmy, humangos sa kanyang tatay dala-dala ang nasirang tren at mga gulong nito sa kanyang kamay.

"Heto, nakita ko na ang basketball!" masayang balita ng pangalawa niyang kuya.

"Ilagay mo sa kahon… tapos na tayo," masayang wika ng panganay niyang kapatid.

"Napakasaya ng laro natin," sabi ng pangalawang kuya habang umuupo sa kanyang kama, "Subalit isang oras nating natapos."

"Hindi!" sigaw ni Jimmy, nang pumasok siya sa kuwarto. "Huwag kang umupo diyan!"

"Bakit ba?!" tanong ng pangalawa niyang kuya at tumalon mula sa higaan.

"Katatapos ko lang ligpitin ang hinigaan. Kung uupo ka ulit, kailangan mo itong ayusin muli," paliwanag ni Jimmy.

"Maaari na siguro tayong magbasa ng libro ngayon," mungkahi ng panganay na kapatid habang papalapit sa istante ng libro.

"Huwag mong galawin ang mga librong iyan," hiyaw ni Jimmy. "Inayos kong lahat iyan ayon sa kanilang kulay!"

"Pasensiya na," sabi ng panganay niyang kapatid. "Pero ano ang gagawin natin? Wala tayong puwedeng paglaruan."

Nag-isip sila sandali nang biglang nagkaroon ng ideya ang panganay na kapatid: "Alam ko na!"

"Ano kaya kung maglinis tayo pagkaraan ng bawat laro?" mungkahi niya. "Sa ganoong paraan, walang gaanong masayang na oras kapag niligpit natin ang mga laruan."

"Subukan natin," masayang wika ni Jimmy.

Una, binasa ng panganay na kapatid ang isang magandang libro sa kanyang mas batang mga kapatid. Nang matapos sila, binalik niya iyon sa istante.

Sunod, bumuo sila ng malaking gusali mula sa makukulay nilang bloke. Nang matapos sila, binalik nila ang mga bloke sa kahon – at nanatiling malinis ang kuwarto!

Nang sandaling iyon, kumatok sina Nanay at Tatay sa pinto.

"Na-miss ko kayo," sabi ni Nanay, "pero napansin kong napanatili ninyong maayos ang inyong kuwarto. Ipinagmamalaki ko kayo."

"At narito ang tren mo, Jimmy," sabi ni Tatay at inaabot sa kanya ang laruan. Naayos ang mga gulong at tuwang-tuwa si Jimmy.

"Sinong may gusto ng mga cookies na ginawa ni Lola para sa inyo?" tanong ni Mommy.

"Ako!" sabay-sabay na sagot ng magkakapatid na kuneho at ng kanilang Tatay.

"Pero kakainin natin sila sa kusina at hindi rito sa malinis na kuwarto," seryosong wika ni Jimmy. "Tama ako, hindi ba, Nanay?"

Humalakhak nang malakas ang buong pamilya. Pumunta sila sa kusina para kainin ang mga cookies.

Simula noong araw na iyon, nais ng magkakapatid na panatilihing malinis at maayos ang kanilang mga kuwarto. Naglalaro pa rin sila subalit binabalik nila pagkatapos ang lahat ng mga laruan sa pinagkuhanan.

Hindi na sila nahirapang linisin muli ang kanilang kuwarto.